அம்மா என்றொரு

அழகி

இரா. மன்னர் மன்னன்

பயிற்று

பயிற்று பதிப்பகம்

அம்மா என்றொரு அழகி
இரா. மன்னர் மன்னன் ©

Amma Endroru Azhagi
R. Mannar Mannan ©

1st Edition: June 2024
Pages: 112   Price: Rs. 200
ISBN: 978-81-957532-8-4

Published by:
Payitru Pathippagam, Chennai.
Mobile: 8925095553
E-mail: payitru2012@gmail.com

Cover Drawing
Hariprasath Anbazhagan - 9962230055

Book Layout & Cover Design by
Visual Vinodh - 9500149822

All rights reserved. No part of this publication may be reproduced, stored in a retrieval system, or transmitted in any form or by any means, electronic, mechanical, photocopying, recording, or otherwise, without the prior written permission of the Author/ publisher.
The views expressed in this work are solely those of the author.

காணிக்கை

அண்ணன்
நா.முத்துக்குமார்
அவர்களுக்கு...

என்னுரை

எழுதத் தெரிந்த காலம் முதல் கவிதை எனக்கொரு வடிகால். இழப்பை, பதைப்பை, கனவை, காதலை அளவு மீறும் மகிழ்ச்சியை அத்தனையையும் எனது கவிதைகளின் மீது நான் சுமத்தி இருக்கிறேன். சில கவிதைகள் எனக்காக, சில என் நெருக்கத்தில் இருந்தவர்களுக்காக, சில போட்டிகளுக்காக, சில மேடைகளுக்காக – என்று பல வித காரணங்களுக்காக கடந்த 20 ஆண்டுகளாக எழுதி இருக்கிறேன்.

தமிழ் வளர்ச்சித்துறை போட்டிகள், கம்பன் கழகப் போட்டிகளில் எனது கவிதைகள் மாநில அளவிலான பரிசுகளை வென்றிருந்தாலும், விகடன் குழுமத்தில் பணியாற்றியபோது ஆனந்த விகடனில் பிரசுரமான 3 கவிதைகள் தவிர வேறு எந்த வணிக இதழிலும் எனது கவிதைகள் வந்ததில்லை, கவிதைகளை இதழ்களுக்கு அனுப்பும் வழக்கமும் எனக்கு இருந்ததில்லை. சொன்னது போல கவிதைகள் எனது வடிகால்களாகவே இருந்திருக்கின்றன. ஆனால் சமீப காலமாக வரலாறு, பொருளாதாரம் சார்ந்த ஆய்வுகளில் முழுக் கவனமும் செலுத்துவதால், கவிதைகளைப் பெரும்பாலும் வாசகனாகவே கடக்கிறேன்.

அந்த வாசிப்புகளின் போது, எனது முந்தைய சில கவிதைகள் அடுத்தவர்களுக்கும் எதையோ சொல்வதாக எனக்குத் தோன்றிய நிலையில், இதுவரை நான் எழுதிய கவிதைகளில் எனது மனத்துக்கு நெருக்கமான கவிதைகளின் தொகுப்பாக இந்நூலைக் கோர்த்தேன்.

இதில் உள்ளவை கடந்த 20 ஆண்டுகளின் பல்வேறு சூழல்களில், வெவ்வேறு மனநிலையில், பலதரப்பட்ட இலக்குகளுக்காக எழுதப்பட்டவை. எளிய தமிழ் – மேடைத் தமிழ் இரண்டிலும் வார்க்கப்பட்டவை. அதனால் இந்நூல் உப்பும் மிளகும் கலந்த கலவையாக சுவைக்கக் கூடும், பொறுத்தருள்க.

வாழ்க்கையே இதில் உள்ள கவிதைகளின் பொதுவான பாடுபொருள். இதனால் இந்நூலின் கவிதைகள் வாசகர்களுக்குக் கவிதை அனுபவத்தோடு ஒரு நெடிய பயண அனுபவத்தையும் கூடுதலாகக் கொடுக்கும் என நம்புகிறேன்.

தோழமையுடன்,
இரா.மன்னர் மன்னன்

இரா.மன்னர் மன்னன் – குறிப்பு

தஞ்சையைப் பூர்வீகமாகக் கொண்ட மன்னர் மன்னன் தனது வரலாற்றுப் பணிகளுக்காகப் பெரிதும் அறியப்படுபவர். தமிழகக் காசுகளின் மிகப் பெரிய சேகரிப்பைச் சாத்தியமாக்கியுள்ள இவர், ஏழு வரலாற்று நூல்களையும் எழுதி உள்ளார்.

மறுபக்கம் இவர் பல ஆண்டுகளாகக் கவிதைகளும் எழுதி வருகிறார். இவரது கவிதைகள் தமிழக அரசின் தமிழ் வளர்ச்சித்துறையின் மாநில அளவிலான பரிசு, சென்னைக் கம்பன் கழகத்தின் மாநில அளவிலான பரிசு உள்ளிட்ட பல்வேறு பரிசுகளை வென்று உள்ளன. ஆனந்த விகடனில் இவரது 3 கவிதைகள் வெளியாகியுள்ளன.

2008ஆம் ஆண்டில் ஈழப் போரின்போது தமிழகக் கல்லூரி மாணவர்கள் இணைந்து எழுதிய 'அநீதி அகதி அமைதி' கவிதைத் தொகுப்பிற்கும், 2010ஆம் ஆண்டில் தமிழகக் கல்லூரி மாணவர்கள் இணைந்து எழுதிய 'தலைவர் வாழ்க' கவிதைத் தொகுப்பிற்கும் இவர் தொகுப்பாசிரியராக இருந்துள்ளார்.

2012ஆம் ஆண்டில் அப்போதைய மத்திய பெட்ரோலியத்துறை அமைச்சர் வீரப்ப மொய்லி எழுதிய இராமாயண நூல் தமிழில் மரபுக் கவிதையாக ஆக்கம் செய்யப்பட்டு 'இராமாயணப் பெருந்தேடல்' என்ற பெயரில் வெளியானது. அதன் சுந்தரகாண்டப் பகுதியை இவரே கவிதையாக்கம் செய்தார்.

இரா.மன்னர் மன்னனின் முதலாவது தனிக் கவிதைத் தொகுப்பு இதுவாகும்.

உள்ளே...

1. சமூகம்..9

2. வாழ்க்கை 59

3. காதல் 77

4. உழைத்தவர்கள்....................................97

5. கவித்துளிகள் 109

7

சமூகம்

பல்வேறு காலங்களிலும் சூழல்களிலும்
சமூகம் குறித்து எழுதிய கவிதைகள்.

குட்டி பொம்மையுடன் ஒரு தேவதை

□

2008ஆம் ஆண்டில் ஈழப் போர்ச் சூழலில் எழுதப்பட்ட கவிதை. 2009ஆம் ஆண்டில் வெளியான அகதி அநீதி அமைதி கவிதைத் தொகுப்பில் இடம் பெற்றது. அந்தத் தொகுப்பு வெளியாகும் முன்னர் ஆனந்த விகடன் இதழிலும் வெளியானது.

□

கலைந்த கனவுகளின் சாம்பலைக்
கண்ணீரில் கரைத்தபடி - அவள்
உறங்கிக் கொண்டிருக்கிறாள்

அவள் கையிலிருக்கும் குட்டி தேவதை
கந்தலை ஆடையாக உடுத்தி
அவளின் கண்ணீரை
மாலையாகத் தரிக்கிறது.

அரையிருட்டில் இரண்டு தேவதைகள்
ஆனால்
இருவருக்குமாய் ஒரே வட்டம்
ஒளிவட்டமல்ல - அது
கொசுவட்டம்!

குட்டி தேவதையின் பாதியையும்
சுட்டி தேவதையின் பாதத்தையும்
மட்டுமே மறைக்கும்
போர்வையாக
புடவைத் துணி

முட்டியை மடக்கி
நெஞ்சில் அணைத்துக் கொண்டு
கலைந்த கூந்தல்
தரையில் புரள
குட்டி பொம்மையுடன் ஒரு தேவதை
உறங்கிக் கொண்டிருக்கின்றாள்.

எல்லோருக்கும் சொல்வது
என்னவென்றால்
இரக்கப்பட்டு, கையை நீட்டி
அவளை யாரும் எழுப்பாதீர்கள்!

அவளுக்கு
அம்மாவின் புடவை
அமைதி தரும்போது
குளிரின் பெயரால் - உங்கள்
அழுக்குப் போர்வைகளைப்
போர்த்தாதீர்கள்!

அவளின்,
கனவிலும் ஆறுதல் சொல்லும்
குட்டி தேவதைகளை வாங்கிக்கொண்டு
வறட்டுத் தாள்களில்
வாழ்க்கையைக் கற்பிக்காதீர்கள்.

அவளின்,
தேவதைக் கதைகளைப்
பிடுங்கிக் கொண்டு மாற்றாக
உங்கள்
வேதனைக் கதைகளைக்
கொடுக்காதீர்கள்.

அவளின்
கனவு கீதங்களை - உங்கள்
கவலைகளின் மொழியால்
மொழி பெயர்க்காதீர்கள்.

அவளின்
கடவுள் சித்திரங்களை - உங்கள்
கழிப்பறைச் சுவர்களில் எழுதாதீர்கள்
இரக்கப்பட்டு, கையை நீட்டி
அவளை யாரும் எழுப்பாதீர்கள்.

எழுப்ப எண்ணுகிறவர்களே
இதற்கு முதலில்
பதில் சொல்லுங்கள்.

மார்பு சிதறியிறந்த
தாயின் நினைவால் விம்மும் - அந்தப்
பால்குடி மறவாப் பிள்ளைக்கான ஆறுதல்களை
நீங்கள் எந்த நூலில் கோர்ப்பீர்கள்?

எழுந்தவுடன்
'இது யார் வீடு?' எனக்
கேட்கப் போகும் அவளிடம்
'இது வேறு நாடு' என
எப்படி சொல்லப் போகிறீர்கள்?

நம்பிக்கை செத்த வீதிகளையும்
நாய்களையும் பிணங்களையும் - தாண்டி
அழகான உலகை அவளுக்கு
எப்படிக் காட்டப் போகிறீர்கள்?

அப்பா அம்மா துணையின்றி
அணியும் ஆடைகளையும்
ஆளில்லாமல் ஊட்டிவிடும்
அதிசயக் கரண்டிகளையும்
கண்ணீரைத் துடைக்கும்
கனிவான கரங்களையும்
எந்தக் கடையில் வாங்கி - அவளுக்குக்
கொடுக்கப் போகிறீர்கள்?

கரும்பலகைகள் உடைக்கப்பட்டு
சவப்பெட்டிகள் செய்யப்படும்
அவள் நாட்டின்
எந்தப் பள்ளியில் சேர்ப்பதாக
அவளுக்கு வாக்களிக்கப் போகிறீர்கள்?

அழும் தங்கையின் முன்னே
சிரித்தபடி சிதறிய
அவள் அண்ணனை
நினைவுறுத்தாத
பள்ளித் தோழர்களை
எப்படி நீங்கள்
நியமிக்கப் போகிறீர்கள்?

வார நாட்களை எண்ண உதவும்
உங்கள் கணக்குகளை
வாழ்நாட்களை எண்ணும் - அவளுக்கு
எதற்கு சொல்லிக்
கொடுக்கப் போகிறீர்கள்?

கண்டனப் பலகை மட்டுமே பிடித்த
பிஞ்சு விரல்களுக்கு
கரும்பலகை பிடிக்க - எப்படி
பயிற்சி கொடுக்கப் போகிறீர்கள்?

தமிழனென்று சொன்னதற்காக
தலையிழந்தவனின் மகளுக்கு
"தமிழனென்று சொல்லடா
தலை நிமிர்ந்து நில்லடா!" - என்று
எந்த வாயால் சொல்லிக்
கொடுக்கப் போகிறீர்கள்?

நாளையெனும் பேராற்றில்
எதிர் நீச்சல் போட்டு
ஒரு வேளை உணவுக்காகப்
போராடும் வாழ்வினிலே
கோழைகளின் வரலாற்றை
அவளுக்கு ஏன்
நடத்தப் போகிறீர்கள்?

அனுதினம் வெடிக்கும்
தாமிர செல்களிடையே*
தொடங்கப் போகும்
வாழ்வுக்காகத்தான்
தாவர செல்களைப் பற்றி
அவள் படிக்கப் போகிறாளா?

இந்த
வேற்று நாட்டில் அவளுக்கு எதை
வீட்டுப்பாடமாகக்
கொடுக்கப் போகிறீர்கள்?
அவளை விட்டுவிடுங்கள்
உறங்கட்டும்.

விழித்தால்...
தன்நாட்டில் உயிர்வாழ
உரிமை கேட்பாள்.
தான் நிர்மூலமானதற்கு
நியாயம் கேட்பாள்.
எதிர்காலத்தைப் பயமுறுத்தாத
நாட்காட்டி கேட்பாள்.
இனிவரும் இரவுகளுக்கு
உறக்கம் கேட்பாள்.
தலையணைக்குப் பதில்
துவக்கு* கேட்பாள்!

சப்புக்கொட்டி சிறுதிரையில்
சின்னபடம் பார்த்து
குத்துக் கொலை வன்கொடுமை
தினசரியில் படித்து
பழகு தமிழ் சீரழிவைப்
பண்பலையில் கேட்டு - வாழும்
துப்புக்கெட்ட வாழ்வினிலே
தமிழுணர்வைத் தொலைத்து விட்ட நாம்
பதில்களற்று, தலை தொங்க வெளியேறுவோம்
அவள் கூடாரத்திலிருந்து...

அகதிகள் முகாமின்
அடுத்தவேளை உணவுமணி
அடிக்கும் வரை
இரக்கப்பட்டு கையை நீட்டி
அவளை யாரும் எழுப்ப வேண்டாம்
குட்டி பொம்மையுடன் ஒரு தேவதை
உறங்கிக் கொண்டிருக்கின்றாள்
உறங்கட்டும்.

இலங்கைச் சொற்களுக்கான விளக்கங்கள்:
தாமிர செல் - தாமிர வெடிகுண்டு.
துவக்கு - துப்பாக்கி.

அநீதி அமைதி அகதி

அகதி அநீதி அமைதி கவிதைத் தொகுப்பில்
இடம்பெற்ற இன்னொரு கவிதை

நீள்வட்ட மைதானத்தில்
உக்கிரமாக ஆரம்பமானது
உள்ளரங்க
விளையாட்டுப் போட்டி

உத்தரவுகளின்படி
உயரே பறக்க ஆரம்பித்தன
வெள்ளைப் புறாக்கள்.
போட்டியென்று சொல்லி
உடன் அனுப்பிவைக்கப்பட்டன
உயிர் குடிக்கும் தோட்டாக்கள்

உதிரத்தின் ஊடாக முன்னேறும்
ஒவ்வொரு தோட்டாவுக்கும்
கை தட்டினார்கள் கூடியிருந்தவர்கள்.

முட்டைகள் கலைந்து ஒழுக
மூச்சைப் பிடித்துப் பறந்தன
அமைதிப் புறாக்கள்.

"புறாக்கள் செத்துத்
தரையிலே விழுவதைத்
தடுக்க வேண்டும்"
என்றார்கள் நடுவர்கள்.

கொஞ்ச நேரத்தில்
சத்தம் கேட்காத
மிச்சப் பறவைகள்
கீழே பார்த்தன
கை தட்டியவர்கள் நின்றிருந்தார்கள்
கையில் தட்டுகளோடு!

பறவைகள் கூப்பாடு போட்டன
"நடுவர்களே! அமைதி வேண்டும்
இளைப்பாற இடம் கொடுங்கள்".
நடுவர்கள் சொன்னார்கள்
"சமாதானத்திற்குக் கொடி வேண்டும்
சிறகுகளைக் கொடுங்கள்".

தோட்டாக்களைப் பார்த்து
புறாக்கள் கத்தின
"அநீதி அநீதி".
புறாக்களைப் பார்த்து
தோட்டாக்கள் கத்தின "அகதி அகதி".
இரண்டையும் பார்த்து
நடுவர்கள் சொன்னார்கள்

"அமைதி அமைதி".

மௌன நிழல்களாய்...

☐

திருமுருகன் கலைக் கல்லூரியில் நடைபெற்ற கல்லூரிகளுக்கு இடையிலான கவிதைப் போட்டியில் மாநில அளவில் முதல் பரிசு பெற்ற கவிதை. நல்ல வாசகர்கள் ஒரு கவிதை வாசிப்புக்கு எவ்வளவு முக்கியமானவர்கள் என்று புரியவைத்த கவிதையும்கூட...

☐

'நிழல்கள்'
இவை
இருள் நிலவின்
கரு நட்சத்திரங்கள்.

இருட்டுக்கும் நிழலுக்கும்
இடையே
மௌனமாகப் பயணிக்கின்றன
பலவித வாழ்க்கைகள்.

நிழலுக்கும் இருட்டுக்கும்
வித்தியாசம் அறியாதது
வேசியின்
விற்பனை வாழ்க்கை.

நிழல்களைப் பார்ப்பதற்காக
இருளிலே கூடும்
திசை மறந்த
திரையரங்க வாழ்க்கை.

நிழல்களைக் கழுவுவதற்காக
நெருப்பிலே குளிக்கும்
விட்டிலின்
வினோத வாழ்க்கை.

நிழலே இல்லாமல்
முடிந்து போகும்
நிமிட நேர
நீர்க்குமிழி வாழ்க்கை.

வாழ்விலே,
காலச் சூரியன்
நம்மைக் கடக்கும் போது
சாட்சியாய் நகரும்
நிழலின் மௌனங்கள்.
காலத்தை நாம் கடத்தும்போதோ
மௌன நிழல்களாய்
நகரும் நேரங்கள்.

நிழலும் மௌனமும்
இடமறியாதவை.
கோபுர நிழல்களோ
குப்பையிலே விழுகின்றன.
சிலைகளை இடிக்கும் போது
ஆலய மணிகளோ
அமைதி காக்கின்றன.

போதிமர நெருப்பு
கவரிமா கறிக்கு
அடுப்பானதால்
மௌன நிழல்களாய்
புத்தன் சிலைகள்.

நாம்,
"பல் போனால் சொல் போச்சு.." என்போம்.
இலங்கையோ எதிர் மாதிரி
அங்கே,
புத்தனின் பல் இன்னும்
தங்கப் பெட்டியிலே
'அமைதி' என்ற
அவன் சொல்லோ
சவப் பெட்டியிலே.

பல் பிடுங்கப்பட்ட புத்தன்
தியானம் கலைத்துச் சொன்னான்.
"யுத்தம்... மரணம்... கச்சாமி...!".

மௌனம் ஒரு
பாலைவன ரோஜாச் செடி.
ஒட்டகம் கடந்தாலொழிய
ரோஜாவுக்கு நிழல் இல்லை.
முட்களின் நிழல் மூடுவதால்..
அருகே
விதைகள் ஏதும்
முளைப்பதுமில்லை.

மேகத்தின் நிழல்
காற்றுக்காவது நிரந்தரம்.
மௌனத்தின் நிழல்
யாருக்கும் நிரந்தரமில்லை.

மௌனத்தினால்
நீதி சொல்ல முடியும்
ஆனால்
கதை சொல்ல முடியாது.

அதனால்தான்
நிஜங்கள் மௌனமாகும்போது
நிழல்களோ
வீரம் பேசுகின்றன.

அவை,
திறமையான நிழல்கள்
திரையரங்க நிழல்கள்.

திரையரங்கினுள்ளே
தாலாட்டுகின்றன
பொய்யின் நிழல்களும்
உண்மையின் மௌனங்களும்.
வெளியே வரும்போதோ
முகத்தில் அறைகின்றன
உண்மையும் வெப்பமும்.

மீண்டும்
உறக்கத்திலே தொடர்கின்றன
கதாநாயகக் கனவுகள்
மௌன நிழல்களாய்...

உண்மையின் நிழல்களால்
இரவு
மேலும் மேலும்
இருட்டாகிறது.
நீலம் மாறி கருமையடைந்த
பூமியெங்கும்
மனித நிழல்கள்
மௌன நிழல்களாய்.

மறக்காதே...

உனது வேர்கள்
பிடுங்கப்படுகின்றன.
விதைகளோ
கொளுத்தப்படுகின்றன.

உன் எதிர்காலம்
இருண்டகாலமாகிக்
கிடக்கிறது.
உன் வசந்த காலமோ
கடந்தகாலமாகிவிட்டது.
ஆம்,
வசந்தமே காலமாகிவிட்டது.

'உலகம் முழுதும் எனது'
என்று முரசு கொட்டியவனின்
வாரிசே பார்...
உனக்குக்
காலடி நிலம்கூட
சொந்தமாய் இல்லை!.

ஆனால்,
இது எதையும்
உணரும் இடத்தில்
நீ இல்லை...

ஓடிப்போவது
சமாதானம் என்றும்
ஒதுங்கிப்போவது
பெருந்தன்மை என்றும்
உன்னை நீயே
ஏமாற்றிக் கொள்கிறாய்.

அடிக்கடி உன்னை
இடம் மாற்றிக் கொள்கிறாய்.
போர்க்களத்திற்கு தூரமாகவே
புது இடம் தேடுகிறாய்!.

முளைக்க மண்தேடி
பறக்கும் விதையே
எனதருமைத் தமிழா...

பிறந்தது ஓரிடம்...
பிழைத்திட ஓரிடம்...
வசதிக்கு ஓரிடம்...
வழியற்று ஓரிடம்...

இப்படிப் பெயர்ந்தால்
நூறிடம்
உயிர்ப்பு மறைந்துவிடும்
உன் வேரிடம்.

உனது இடம் எது
நீயே முடிவு செய்.
உனது இலக்கு எது
தீர்மானம் எழுது.

நூறிடம் விழும் துளியே...
ஓரிடம் கண்டு ஒன்றுபடு!.
ஆறாய்ப் புறப்படு...
ஆற்றாமை கைவிடு...

ஆற்றுப்படு...
ஆற்றுப்படுத்து...
அயராதே...
அகலாதே இலக்கை...

அரசியல் பிழைத்தோர்க்கு
அறம் கூற்றாகும் - என்பதோடு,
அரசியலில் பிழைக்கத் தெரியாதோருக்கு
அரசியலே கூற்றாகும் என உணர்.

உனது வரலாற்றை
பிள்ளைகளுக்குக் கடத்து.
கனவுகளைப் பொதுமைப்படுத்து.
தேடலைத் தீவிரமாக்கு.
இலக்கை எட்டாவிட்டாலும்
தேங்கிக் கிடக்கவில்லை
என்பதை உறுதி செய்.
நாளையாவது வெற்றி
வசப்படும் சந்ததிக்கு.

கூண்டுகளை வீடென்று
பறவை நம்பலாம்.
பறவையை உறவென்று
வேடர்கள் ஏற்பதில்லை.

மாயத்தில் இருந்து மீள்.
இழப்பை ஏற்றுக் கொள்.
பொறுப்பையும் ஏற்றுக்கொள்.

தோற்றவர்கள் வெல்வார்கள்
உலகின் நியதி.
தோல்வியைவிட மோசமானது
இழப்பின் மறதி.

ஈழ ஒப்பாரி...

அய்யோ எஞ்சாமி...
தொப்புள் கொடி அறுந்துடுச்சே...
அறுந்த கொடி ரத்தம்
கடலெல்லாம் நெரம்பிடுச்சே...

நாதியத்த பிணமா
என் இனம் ஆன கதை தானே...
சேதியா வந்து
என் காதுல விழுந்துடுச்சே...

பச்ச வெத மேல...
நச்சு அத தூவி...
மிச்சம் மீதியின்றி
எதிர்காலம் அழிஞ்சிடுச்சே...

மேலங்கி மாராப்பு
காத்துவச்ச மானத்த
பீரங்கிப் படைவந்து
துகிலுரிச்சிப் போட்டுருச்சே...

தாயத்தான் தரதரன்னு
இராணுவத்தான் இழுக்கக் கண்டு
தீயத்தான் தின்னதுபோல்
பிள்ளைமனம் வெந்துடுச்சே...

வீடெல்லாம் உடஞ்சிருச்சே...
வீதியெல்லாம் சிதைஞ்சிருச்சே...
காணியெல்லாம் கருகிடுச்சே...
கண்ணுலநீர் வத்திருச்சே...

பாலம் பெருசுன்னு
பாடுபடும் கும்பலுங்க
ஈழம் பெருசுன்னு
சொல்லிடவும்
நாள் வருமோ?

ஈழம் அழியுதுன்னு
சேதிவரும் நாளிலெல்லாம்
மானம் போனதுன்னு
தமிழனுக்கு உறைச்சிடுமோ?

கால் கோலம்

☐

அக்காக்கள் சொன்ன அனுபவத்தை எழுதி
அவர்களுக்கே படித்துக் காட்டியபோது...

☐

தவறு செய்த நாளில்
மன்னிப்புக்கு
நிற்பதுபோல,
பெண்ணாகப் பிறந்தவர்கள்
பேசாமல் நிற்கும்
தருணங்கள்.

கட்டம்போட்டுப் பார்த்து
கணக்கும் போட்டுப் பார்த்து
திட்டம் போடும்போது
பொருந்தாத பொருத்தங்கள்.

சவரன் தேர்விலே
'தேறாது' என்று
தெரியும்போது,
'படிச்ச பொண்ணா?'
என்ற வார்த்தைகளிலே
பிடித்துப் பார்க்கப்படுகின்றன
பற்கள்.

மின்னஞ்சல் வந்த பின்னும்,
இருபுறமும் எண் இருந்தும்
கடுதாசி போடுவதாய்
கடைசி நேர
சமாளிப்புகள்.

எல்லாம்
முடிந்தபோதும்,
ஏதுமின்றிப்
போன பின்னும்
உற்று உற்றுப்
பார்க்கிற
ஓசி மாப்பிள்ளையை

பழக்க தோஷத்தில்
அடிக்க செருப்பு தேடும்
மகளின்
கால்விரல்களுக்காய்

அம்மா என்னவோ
சப்பைக்கட்டு கட்டினாள்
'அவளுக்கு
கொஞ்சம்
கூச்ச சுபாவம்!'.

11ஆம் பொருத்தம்!

அப்போதுதான் செத்துப்போன
மாரியாயிக் கிழவியின்
பெயர்த்தி லட்சுமிக்கு
64 வயது
பூக்கடைக் கிழவனைப்
பேசி முடித்தார்கள்.

பேரழகி இல்லை என்றாலும்
28 வயது லட்சுமிக்கு
எடுப்பான தோற்றம்.

கிழவர் லட்சுமியின்
தூரத்து சொந்தம்
என்பதுதான் காரணம்
என்றது ஒரு தரப்பு.

கிழவருக்கு
எட்டுக் கடைகள் சொந்தம்
அதுதான் காரணம் என்றது
மறு தரப்பு.

எளிமையாக கிழவரின் பூர்வீகத்தில்
திருமணம் முடிந்து,
ஊர் திரும்பினார்கள் இருவரும்.

ஒத்தைவீட்டுக்காரர்
அழைத்த கறி விருந்துக்கு
அத்தனை தயக்கத்திற்குப் பின்னர்
கிழவரோடு கிளம்பினாள் லட்சுமி.

சோடிப் பொருத்தம் பார்த்து
வாயிலும் வயிற்றிலும் அடித்துக் கொண்டார்கள்
இடுப்பிலும் கையிலும் பிள்ளை சுமந்த
லட்சுமியின் தோழிகள்.
"பவள அட்டிகைக்கு வைர மூக்குத்தி
என்னா ஒரு சோடி!"

பட்டியல்

தேடித் தேடியே
தீர்ந்தொழிகின்றன
காலங்கள்.

கண்களிலே தொலைத்து
நினைவிலே தேடுவது,
நினைவிலே தொலைத்து
கற்பனையில் தேடுவது
என்றே
கரைகிறது
வாழ்க்கை.

தொலைத்தல்
நியதியாக,
'தேடுவது' - என்பதொன்றே
தீராவேலையாகத்
தொடர்கிறது

காணப்படாதவையும்
காணப்பட வேண்டியவையும்
பட்டியலிடப்படுகின்றன.

நீண்டுகொண்டே போகும்
தொலைந்தவற்றின் பட்டியலுக்கு
தாளென மாட்டுகிறது
மனம்.

தாளென இருந்து
பின்பு
வாலென நீளும் மனதில்
எழுதுகிறது விதியின் கை
இயக்குகிறது தேடல்.

தேடலின் இடையே
எழுத்துகளின் ஊடாய்
எழுகின்றன வினாக்கள்.

தொலைந்தவற்றின் பெயரைப்
பட்டியலிடப் போனால்
பெயரோடு தொலைந்தவற்றை
எப்படிப் பட்டியலிடுவது?

எனக்குள் வசித்த
சிறுவனைத் தொலைத்துவிட்டேன்
எந்தப் பெயரில் பதிவு செய்வது?

சில சமயம்
பொருள் இருக்கிறது
பெயர் மட்டும் தொலைந்துவிடுகிறது.
அந்தப் புகைப்படத்தில்
என்
உடன் இருப்பவர் யார்?

நீளும் கேள்விகளுக்காய்
தேவைப்படுகிறது
இன்னுமொரு பட்டியல்.

இப்படி
தொலைந்தவற்றைத்
தொடர்ந்தலைந்தே
தொலைந்து போகிறது
வாழ்க்கை.

கடைசியில்
அவரவர் கைகளில்
அவரவர் பட்டியல்கள்.
அவரவர் பட்டியல்களில்
அவரவர் பெயர்கள்.

கனவுத் தொழிற்சாலை

கவியரங்கத்திற்காக எழுதப்பட்ட கவிதை

உறக்கத்தில்
இருப்பவர்களுக்கு மட்டும்
உணவு கொடுக்கும்
உன்னதத் தொழிற்சாலை.

ஏற்றமும் இறக்கமும்
நிறைந்த
பால்வெளி நெடுஞ்சாலை.

இரண்டரை மணிநேர
இருட்டடிப்பில்
சிலரின்
வாழ்க்கையையே
வெளிச்சத்திற்குக்
கொண்டுவரும்
அற்புத அமாவாசை.

நட்சத்திரங்களே
நட்சத்திரங்களை
விழுங்கும்
அதிசய கிரகணம்.

நிழல்களுக்கு
வண்ணம் பூசுவதாகச் சொல்லி
பட்டாம் பூச்சிகளிடம்
முழுச்சாயமும் கேட்கும்
முள் கோர்த்த
தூரிகை.

சில சமயம்
முதல்வர்களை உருவாக்கும்
சில சமயமோ
முதல் போட்டவர்களை
எருவாக்கும்.

இங்கே
சில பூக்களின் சரித்திரத்தைக்
கற்களிலே செதுக்கும்
புனிதமும்
நிகழ்வதுண்டு.

கற்களைப் பற்றி
இதழ்களிலே எழுதப்படும்
கதைகளால்
மனிதமும்
நகைத்ததுண்டு.

இது
மனிதர்களை விழுங்கிவிட்டு
நிழல்களைத் துப்பும்
மோசக்காரர்களின்
செல்லப் பிராணி.

பூக்களை உரமாய்ப் போட்டு
இலைகளில் வேலிகட்டி
முட்களை உற்பத்தி செய்யும்
வானுயர்ந்த சோலை.

முட்களைக் கூட
மலராத
மொட்டென நம்பும்
மனித மூளை.

திரையரங்கம் - இந்தக்
கனவுத் தொழிற்சாலையின்
கடைசிக் கதவு.

திரையரங்கம்
ஒரு
வழக்கமான தலைவன்.
புகை பிடிக்கக் கூடாதென
மக்கள் சொல்வார்கள்
திரை கேட்காது.
திரை சொல்லும்
மக்கள் கேட்பார்கள்.

திரையரங்கம்
ஒரு
எளிதான பாடப் புத்தகம்.
தேவையென்றால் இழு
வேலை முடிந்ததென்றால் தள்ளு
திரையரங்கின்
கதவுகள்கூட
நமக்குப்
பாடம் நடத்தும்.

திரையரங்கம்
ஒரு
அருமையான விளக்கம்.
செவிக்குணவில்லாத போது சிறிது
வயிற்றுக்கும் ஈயப்படும்
குறள்நெறி காட்டும்
இடைவேளை நேர சோளப்பொறி.

திரையரங்கச் சந்தையில்
விலை போகாப் பொருளுக்கு
கனவுத் தொழிற்சாலையில்
நுழைவு இல்லை.

இது,
வாழ்க்கைக்கு
அடகுக் கடை.
கற்பனைகளுக்கோ
ஏலச் சந்தை.
இங்கே
கனவுகள் கலைவதில்லை.
புதைகின்றன
வெற்றிபெறாத கலைஞனோடு
கல்லறையில்...

பூங்காவில் விளையாடும் குழந்தைகள்

ஆனந்த விகடனில் வெளியான கவிதை

பொதுப் பூங்காவில்
விளையாடும் குழந்தைகளுக்கு
பலூன்களோடு சில நாட்களிலேயே
அறிமுகமாகின்றன
ஆணுறைகள்.

பறக்கவிடப்பட்டவை
இழுத்து அறுந்தவை போக
மீதமிருப்பவை
அவசர அவசரமாக
புதைக்கப்படுகின்றன
மீண்டும் மண்ணில்...

பலூன் வைத்து விளையாடினால்
திட்டு கிடைப்பதன் காரணத்தை
அறியாத குழந்தைகளில் சில..

பிறிதொருநாள்
திருவிழாவில் வாங்கிய பலூன்களைப்
பதுக்கி வருகின்றன
பூங்காவில் புதைக்க...

வாழ்வெனும் மரணம்

துன்பங்களால்
நெய்யப்பட்ட
புன்னகையில்
வலி போர்த்தி...

இழந்தவற்றை
முடிந்தவரை
நினைவில் மீட்டு
இன்பம் கண்டு...

இயலாமையில்
நகை செய்து,
இல்லாமையை
ஏற்று...

லட்சியம் காத்து
வாழும் வாழ்வு,
உயரத்தில் இமயம்.
துயரத்தில் மரணம்.

கவிதை என்றொரு கவிதை..

அழுகை சுரக்காத பொழுதுகளில்
அரவணைத்துக் கொள்கிறது
கவிதை.

கதறி அழும்போது
கசங்கிப் போகிறது
காகிதம்.

உயிர்ப்பையும்
மரணத்தையும்
சுமந்த கருவாய்
வலியோடு உள்ளே
எழுகிறது கவிதை

கருவுறுதலே கடந்த பின்பு,
தாளோடும்
மையோடும்
தாமதமாகவே நடக்கிறது
புணர்தல்.

எழுதுகோல் முள் கீற..
விஷம் கலந்த ரத்தமென
வடிகிறது
நீலம்.

வலிகளை நிர்வாணமாக்கியபடி
வார்த்தைகளால்
ஆடை அணிகிறது
கவிதை.

'முற்றுப் புள்ளியோடு
முடிக்க வேண்டும்' என்பதையும்
சொல்ல மறுக்கிறது
இலக்கணம் படித்த மூளை.

கனத்தைக் கசிய விடுகிறது
காத்திருந்த
இதயம்.

வாழ்க்கையின் முற்றுப்புள்ளி
நினைவில் வரும்போது
கவிதையின் முற்றுப்புள்ளி
தள்ளிப் போகிறது..

முழு நிதானத்தின்
முழு போதையாய்
முழுமையற்ற
முழுமை நோக்கி
நகர்கிறது
கவிதை.

கவிதை முடிந்ததாய்
கருதிய பின்பு..

பத்திரப்படுத்தப்படுகிறது
ரணம்.
உறங்க வைக்கப்படுகிறது
வலி.
மூடி வைக்கப்படுகிறது
எழுதுகோல்
பாம்பைப்
பெட்டியில் அடக்கும்
கவனத்தோடு.

எத்தனை நாக்கு?

தமிழ்மொழி பழைமை என்றால்
இனியெல்லாம் இந்தி என்றாய்.

ஆங்கிலம் நாளை என்றால்
வடமொழி பழைமை என்றாய்.

இந்தியா எனது என்றால்
பாரதம் நமது என்றாய்.

பாரதம் பொதுமை என்றால்
இந்துதான் இந்தியா என்றாய்.

வளர்ச்சியென நானும் சொன்னால்,
பண்பாடு கெட்டது என்றாய்.

ஏழைகள் சாகும் போதோ
வளர்ச்சியே குறிக்கோள் என்றாய்.

பிரிவினை தீது என்றால்
பிரிவுகள் நன்மை என்றாய்.

பன்முகம் சிறப்பு என்றால்
உன்முகம் திருப்பிக் கொண்டாய்.

இராவணன் பார்த்தோம் நாங்கள்
நாக்கொன்று தலைதான் பத்து.

இராமனின் பெயரால் பேசும்
வாய்களில் நாக்குக் கொத்து.

நேர்மையற்ற பிணங்கள்...

படிக்க நேரமில்லை
எழுதிக் கொண்டு இருக்கிறார்கள்.
கேட்க நேரமில்லை
பேசிக் கொண்டு இருக்கிறார்கள்.

பெறுவதில்லை எதையும்
பிடுங்கிக் கொண்டு மகிழ்கிறார்கள்.
பிறப்பதில்லை யாரும்
விழுகிறார்கள்.

வாழவோ நேரமில்லை
வாழ்வதாய் காட்டிக் கொள்ள
நேரமே போதவில்லை
நேர்மையற்ற பிணங்களுக்கு.

தேர்தல்

▢

2009ஆம் ஆண்டில் நடந்த நாடாளுமன்றத் தேர்தலுக்காக எழுதப்பட்ட கவிதை. ஒரு வார இருமுறை இதழில் வெளியாக இருந்து, பின்னர் சில அரசியல் காரணங்களுக்காக வெளியாகாமல் போனது

▢

சாராய நெடி
சிதறி விழும்
வாக்குறுதி.

கை தட்டியே
இறகு இழக்கும்
பிரியாணிக் கோழி.

வாக்குச் சாவடி
சாகடிக்கப்படும் வாக்கு.
இருபது இருபதாம்
இந்தியாவின் இலக்கு.
கூட்டினால் நாற்பது
கூட்டணிக் கணக்கு.

சட்டம்
நீடூழி வாழ
சாட்சிகள்
வயதாகிச் சாக
எல்லோர் மீதும்
ஏதேதோ வழக்கு.

யார் புறக்கணித்தாலும்
எல்லாமும் நடக்கும்.
பேய்கள் நிற்கும்.
பிணங்கள் கூட
வாக்களிக்கும்.

பிணங்கள்
சனங்களுக்காக
வாக்களிக்க
மகத்தான ஆட்சியாய்
மலரும்
மற்றுமொரு மக்களாட்சி.

ஓட்டுப் போட்டால்
மக்களுக்கு
என்னதான் கிடைக்கும்?
முதலில்
கரும்புள்ளி
பின்..
செம்புள்ளியும்
சில
கழுதைகளும்...

பொத்திப் பொத்தி...

முகத்தைப் பொத்திக் கொண்டு
திரையரங்கின் உள்ளே...
மூச்சைப் பிடித்துக் கொண்டு
கழிப்பறைக்கு உள்ளே...
கண்ணைப் பொத்திக் கொண்டு
கடைசி இருக்கையில்...

படம் போட்டார்கள்,
ஆடை களைந்து
நிம்மதியாகக்
குளிக்கத் தொடங்கினாள்
ஒரு பெண்.

யாரவன்?

யார் எழுதியது இந்த விதிகளை?
அவனுக்குப் பெயர் என்ன?

யார் சொன்னது பின்பற்ற?
சொன்னவன் கதை என்ன?

உனது சட்டைகள்
எனக்குப் பொருத்தமென்ற
நினைப்பில் சரி என்ன?

எனக்குக் கனவுகள்
தனியே பிறக்கையில்
விதிக்குப் பொருள் என்ன?

முரண்

சம்மதத்தோடு
புணர்ந்த
காதலர்களை
சாதி சொல்லிப்
பிரிக்கும் சமூகம்தான்,
சேர்ந்து வாழச் சொல்கிறது
வன்புணர்வு செய்தவனோடே
அவளை...

மானுடத்தின் கேடு

குத்து விளக்கை
குல விளக்கை
பூசைக்கு விலக்கும்
மாத விலக்கை

தேவதையை
தெய்வத்தை
தீண்டத் தகாதெனும்
தீட்டை

பெண்ணின்
புனிதத்தை
அழுக்கென்னும்
அவலத்தை

பிறப்பின்
ரகசியத்தை
பிழையாக்கும்
கருத்தை

சொல்லும்
வாய்க்குப்
போடு
சூடு

சுத்தம்,
புனிதமெல்லாம்
மானுடத்தின்
கேடு.

அது நானில்லை

ஆள் அரவமற்ற
ஒரு வனத்தில்
என் மரணம்
சம்பவிக்கலாம்.

என்னோடு எரித்துக்
கொன்றுவிடாதீர்கள்
மரங்களை.

இருந்தும் பயன்படாத
மனித உடலோடு
இறந்தும் வாழும் மரங்களுக்கு
உடன்கட்டையா?

உடலுக்கு என்ன மரியாதை?
அந்த உடல் நானில்லை.
உயிரற்ற ஒன்றில்
நான் வாழ்வதில்லை.

என் எழுத்துகளில்
வாழ்கிறது
என் விருப்பத்துக்கு உரிய
உயிர்.

தாள் தந்த மரங்களுக்கு
உரமாகட்டும்
தோல்வியுற்ற
எனது உடல்.

தொட்டில் பழக்கம்

கவியரங்கக் கவிதை

பூக்கள் பூக்கின்றன
சில பூந்தொட்டிகளிலே
சில குப்பைத் தொட்டிகளிலே.

தளிர்களைத் தேடி
உரம்வந்த
காலம்போய்
உரம் தேடிவந்த தளிர்
'குப்பைத் தொட்டியிலே குழந்தை'.

இலைத் தொட்டிலில்
மழை சிந்திய
சாரல்துளி போல
இலைதழைத் தொட்டிலில்
பெண் சிந்திய
கண்ணீர்த்துளி
'குப்பைத் தொட்டியிலே குழந்தை'.

குப்பையிலே,
அநாதியாய் நீ...
அனாதையாய் மனிதநேயம்...
இதைப்பார்த்து
வாயிலே அடித்து அழுகிறான்
'தாயினும் நல்லன்' என
உவமை எழுதிய கம்பன்.

கருப்பைக்கும் குப்பைக்கும்
மட்டுமே
சொந்தமாகிப்போன செல்வமே...
'குணம் குப்பையிலே' - என்றார்களே
உன்னைத்தானோ?

மக்கள்துளி
மழைத்துளிபோலப்
பெருகியதில்
குப்பைக் கிணற்றில்
தேங்கிய
வெள்ளமோ நீ?

தப்பிப் பிறந்தது
தங்கக் கட்டி,
தப்பை மறைக்கிறது
குப்பைத் தொட்டி.

காக்கை கொத்தியதில்
இரத்தம் சுமக்கின்றன
பூக்கள்...
மேலும் வழியாமல்
இடத்தை நிறைக்கின்றன
ஈக்கள்...
சூரியன்
சுட்ட இடங்களை
சுவைத்துப் பார்க்கின்றன
நாய்கள்.
எட்டிப்பார்த்து
எதிர்வழி செல்லவா
நீங்கள்?

பட்டங்கள் ஆள்பவளுக்கு
படுக்கை இல்லை
கொடுங்கள்...

சட்டங்கள்
செய்பவளுக்கு
சட்டை இல்லை
கொடுங்கள்...

பாரை நடத்துபவளுக்கு
முதலில்
நடக்கச் சொல்லிக் கொடுங்கள்...

குப்பைத் தொட்டி செய்பவர்கள்
கவனத்திற்கு...
அதில்
மெத்தைகள் வைக்க
முயன்று பாருங்கள்.

குப்பைத் தொட்டியிலே
இனியாரும்
மீன்முள் போடாதீர்கள்...
அதை
மீன்தொட்டியாக நினைத்து,
சில முட்கள்
மீன்களைப் போடுகின்றன.

குப்பையிலே காளான்
மழைக்காலம்.
குப்பையிலே பூ
வசந்தகாலம்.
குப்பையிலே பனி
குளிர்காலம்.
குப்பையிலே இலை
இலையுதிர்காலம்.
குப்பையிலே குழந்தை
இது கேடுகாலம்.

நீ யார்?

ரசனை உள்ளவன்
அள்ளிச் சுவைக்கிறான்
அழகை...

அறிவு உள்ளவனுக்கு
அதாகவே வசப்படுகிறது
உலகம்.

தைரியம் உள்ளவன்
தூக்கிச் செல்கிறான்
வாழ்க்கையை.

எதுவுமற்றவன்
வேடிக்கை பார்த்துக் கொண்டே இருக்கிறான்
பெரும்பாலும்...

வசவு, விமர்சனம், பெருமூச்சு
இடையிடையே
எப்போதாவது
வாழ்ந்திருக்கலாம் அவனும்...

எழுதுகிறேன்...

என் உறக்கம் தொலைத்த இரவுகளில்
உன் வெளிச்சம் சுமக்கும் நாளைகளை
நான் எழுதுகிறேன்...

உன் மரங்கள் விழுந்த மண்தரையில்
விதைகள் விதைக்கும் வார்த்தைகளால்
நான் எழுதுகிறேன்...

உன் கோபம் என்னும் தீப்பொறியை
பெரும் நெருப்பாய் சுமக்கும் எரிமலையை
நான் எழுதுகிறேன்...

உன் இசையை இழப்பை இழவுகளை
உன் கலப்பை கண்ட கருச்சிதைவை
நான் எழுதுகிறேன்...

உன் உதிரம் சுமக்கும் தகவல்களை
நம் உறவு கண்ட பேரழிவை
நான் எழுதுகிறேன்...

உன் பொழுதுக்காக இல்லை என்று
பழுதுக்காக மட்டுமென்று
நான் எழுதுகிறேன்...

நீ படிப்பாய் என்பதில் உறுதி இல்லை,
என்னை அறிவாய் என்பதில் நியாயம் இல்லை
ஆனால் எழுதுகிறேன்...

மரங்கள் நட்ட என் தாத்தன்...
மொழிகள் சொன்ன என் பாட்டன்...
வழிகள் அமைத்த நம்பூட்டன்
வேர்கள் சுமந்து பெயர் தொலைத்து
நான் எழுதுகிறேன்...

ஓய்வு நேர விறகு வெட்டி:

□

சிறார் கவிதை, அழ.வள்ளியப்பா அவர்களின் நினைவைப் போற்ற எழுதியது

□

சின்னஞ் சிறிய காட்டுக்குள்ளே
சிறுபெரு மரங்கள் பலவுண்டு.
வந்தனர் கண்ணன் கலிவரதன்
கையில் கோடாரியும் கொண்டு.

கண்ணன் களைத்து நின்றாலும்
வேலை மட்டும் நின்றதில்லை.
வெட்டி கட்டி களைத்துப்போய்
அசைந்து நடந்து ஊர்சேர்வான்.

வரதன் களைத்துப் போனாலோ
வாகாய் அமர்ந்து ஓய்வெடுப்பான்.
எழுந்து விரைவாய் மரம்வெட்டி
நிமிர்ந்து நடந்து ஊர்போவான்.

மாலை தோறும் கணக்கிட்டால்
கண்ணனை விடவும் ஒருபங்கு
வரதன் அதிகம் வெட்டிவந்தான்.
கண்ணன் இதனால் குழம்பிநின்றான்.

கேட்டான் கண்ணன் காரணத்தை
சொன்னான் வரதன் உண்மையதை.
"திட்டம் போட்டு ஓய்வினிலே
தீட்டியே வைத்தேன் கோடாரியை!"

பள்ளி செல்லும் மாணவனே
பார்த்துக் கற்றிடு இப்பாடம்.
ஓய்வுகூட உனைவாழ்வின்
கரையில் சேர்க்கும் பொன்னோடம்!

வாழ்க்கை

வாழ்க்கை, சுற்றம், நட்பு குறித்த கவிதைகள்.

அம்மா என்றொரு அழகி

பிரிந்த அப்பாவுக்காக
அழுவதை
நிறுத்திக் கொண்டாள் அம்மா.
நான்
பாலுக்கு அழுததைப் பார்த்து.

சமையல் வேலைக்குப்
போய் வந்ததால்
அடிக்கடி
மஞ்சள் தேய்த்துக் கொள்வாள்
தன்
தீக்காயங்களுக்கு.

கல்யாணவீட்டு
சமையலறை நெரிசலில்
அவள் எனக்கு
மறைத்து மறைத்து
ஊட்டிய பாலின்
வியர்வைக் கரிப்பிலே
வாழ்ந்து மறைந்தது.
கற்பைவிட
உயரிய ஒன்று.

மழை இருட்டிலே
அவள் எனக்கு
மாராப்புக் குடைவிரித்த
போதிலெல்லாம்
மின்னல்பட்டு
எரிந்திருக்கிறது
அவள் மானம்.

அவள் தன்
நைந்த சேலையைக்
கொடியாகக் கட்டிதான்
காய வைத்தாள்
என்
புத்தம் புதிய
பேண்ட் சட்டைகளை.

என்
அறிவு அறிந்தவரை
என்
எச்சில் பாத்திரம்
என்பதைத் தவிர
வேறு எந்தக் கருத்தும்
இருந்ததில்லை
அவளிடம் தன்
உடலைப் பற்றி.

அவளது
நரை முடிகளோடு
சேர்ந்தேதான்
முளைக்க ஆரம்பிக்கிறது
எனக்கு மீசை.

நான்
அழகாக இருக்கிறேன்
என்று சொல்லி
ஆனந்தப்படும்
அம்மாவிடம்,
என்னால் சொல்லிப்
புரியவைக்க முடியவில்லை.
அது அவள் அழகுதானென்று.
அவள்தான்
அழகு என்று.

காரணம் புரியாத கண்ணீர்!

கடைசித் தேர்வின்
காகிதத்தை நீட்டுகையில்
கழண்டு விழுந்தன
கை விலங்குகள்...

இங்க் அடித்த சீருடையை
வீசி எறிந்து
வேலைக்கு வந்தன
வண்ணச் சட்டைகள்!.

துள்ளல் நடைபார்த்து
ஒதுங்கி நின்றது.
பள்ளிக்கூடம் போகும்
பாடாவதி சைக்கிள்.

முட்டித் தழும்புகளில்
வரைபடமான ஊர் நோக்கி
மூட்டை சுமந்து
ஒரு பயணம்.

மூன்று பேருந்துகள்
மாறிய பயணத்தில்
நடுநடுவே
கோழித் தூக்கம்.

பாட்டிவீட்டில்
பாதம் பட்டதும்
மீண்டும்
பெருந்தூக்கம்...

மடியே தலையணையாய்...
மண் தரையே பாயாய்...
அன்னையைப் பெற்றவளின் மடியில்
இன்னொரு கருவறை உறக்கம்.

உள்ளம் குளிர...
உச்சந்தலை கொதிக்க...
புழுதியில்... சேற்றில்... தெருவில்...
தோழர்களோடு
துவளாத ஆட்டம்.

வெண்டைக்காய் தோடு...
ஜவ்வரிசி மோதிரம்...
காகிதப்பூ கிரீடம்...

பனங்காய் வண்டி...
குரும்பை கிலுகிலுப்பை...
நூல் கண்டு எந்திரம்...

பைசா செலவில்லாமல்
அத்தனை பொழுதுபோக்கு.
சாப்பிடக் கூப்பிட்டால்
'அப்புறம்' என சாக்குபோக்கு...

வீட்டில் இருக்கச் சொன்ன
பாட்டி சொல்
கேட்டதேயில்லை
ஒருபோதும்.

கோவிலுக்கோ கடைக்கோ
கொல்லைக்கோ
போனதுமில்லை
எப்போதும்.

அடுத்த வகுப்புக்கு
தேர்வான செய்தியோடு
அம்மா வந்தாள்
அழைத்துப்போக...

'பாட்டியோடு இருக்கிறேன்'
என அழுதேன்... பொய்யாக...
கண்ணீர் வரவில்லை.
பாட்டியும் அழுதாள் என்னோடு...
அதன்
காரணம் புரியவில்லை!.

பாட்டி

வீட்டுக்கு வரும் பேரனிடம்
அன்பு சொல்லத் தெரியாது,
காக்கைக்கும் கனிவு காட்டும்
என் பாட்டிக்கு...

கண்டிப்பு போலக்
கடினமற்றதாய் இல்லை
அன்பு அவளுக்கு...

பத்து பேரப்பிள்ளைகளும்
வராதிருக்க,
எப்போதாவது
வந்து பார்க்கும் என்னிடம்
அத்தனை வசைகளையும்
வார்ப்பது
அவள் வழக்கம்.

தேர்வு,
வேலை,
பணிமாற்றம்
எதுவும் புரியாது
அவளுக்கு...

கிழமை
நோன்பு
கொடியேற்றம்
எதுவும் புரியாது
எனக்கு...

குறுந்தாடி மழிக்க
குண்டி சதைபிடிக்க
தலை வழித்துவாரி
நெற்றியில் நீறுவைக்க
திட்டிக்கொண்டேதான்
திண்டு போடுவாள் அமர...

அத்தனை கோபத்தோடு
அலமாரியில் தட்டெடுத்து,
தடாரென சொம்பு வைத்து
கரண்டி ஒலிக்க சோறுபோட்டு

வேடுகட்டி வைத்திருந்த
வெஞ்சனத்தைத் திறப்பாள்
வீடு முழுதும் மணக்கும்
அவள் அன்பு.

நாகரிகம்

பாத்திரங்கள் திரும்பவில்லை
என்ற சிறு தலைப்பில்
தொடங்கியது
அவ்வளவு பெரிய சண்டை.

இடுப்புக் குழந்தை
அரண்டு நடுங்க...
எட்டுச் சுவர்களிலும்
எதிரொலிக்க...
அப்படிப் பேசினாள்
அக்கா...

'10 ரூவா டம்ளர்தானேம்மா'
என்று இடையிடையே சொன்ன
மாமனின் வார்த்தைகளுக்கும்
மதிப்பில்லை.

'காசுக்கு என்ன கேடு...
உங்கள விட
கூடுதல் சம்பளம்தானே.
அவங்க வீட்டுல...'
ஒரே குத்தலிலே
புதைந்து போனது
அவர் நாக்கு.

எதற்கும் பதில் சொல்லாமல்
தான்
கொஞ்சி விளையாடும்
அக்காவின் குழந்தை
வீறிட்டு அழுவதை
கையற்றுப் பார்த்தாள்.
எதிர்வீட்டு கலா.

ஒரு பக்கத் தாக்குதலாய்
முழுப்போரும் முடிந்தது.
மாமாவுக்கு
அடுத்து அமர்ந்தாள் அக்கா.

"என்னங்க பண்றது...
கலா வீட்டுக்காரரை
சீரெட்டு புடிக்காதீங்கன்னு
சொல்ல முடியுமா?
இல்ல
குழந்தையத்தான் கொஞ்சாதீங்கன்னு
சொல்ல முடியுமா?"

சிலுவையை இறக்கிவைத்த
அக்காவின் தோளில்
கைபோட்டு
அணைத்துக் கொண்டார் மாமா.

உப்புக் கரிக்கும் மிட்டாய்

தோழி...
நீ கொடுத்த அந்த மிட்டாய்
இன்னமும்
பிரிக்கப்படாமலேயே
இருக்கிறது.

உன் புன்னகையை
நீ சாப்பிட்டுவிட்டதால்
என் கண்ணீரை
நான் சாப்பிட்டுக் கொண்டிருக்கிறேன்.
அந்த
மிட்டாயைச் சாப்பிடுவது யார்?.

நான் மட்டும்
தனியாக அதைப் பிரித்தால்
கிழிந்து போவேனென
அச்சப்படுகிறேன்.

நீயும் வா...
நம் நட்பைப் பிரித்த
மிட்டாயை
நாம் இணைந்து பிரிக்கலாம்.

அம்மா கொடுத்தது என்றாய்
நான் கேட்கவில்லை,
ஆளுக்குப் பாதி என்றாய்
அதன் முழுமை தெரியவில்லை,
'போடா...' என்று சொல்லி நீட்டினாய்
வெறுப்பேற்ற வாங்கிக் கொண்டேன்.
'போடி...' என்று நான்
பெயருக்கும் சொல்லவில்லை.

பல ஆண்டுகால மறதிகளுக்குப் பின்னர்
நேற்றுதான் அந்த மிட்டாயைக்
கையில் எடுத்தேன்.

நம் விரிசலின் மத்தியில்
வளர்ந்த
மரமென மாறிப் போயிருந்தது
அந்த மிட்டாய்.

எங்கேயிருந்தாலும்
சீக்கிரமாக வா
என் தோழி.
பிரிக்கப்படாத அந்த மிட்டாய்
உப்புக் கரிக்கிறது.

விடாது பழுப்பு!

அரசுப் பள்ளியில்
ஐந்தாம் வகுப்புவரை
வெளுப்பும் பழுப்பும்தான்
சீருடைகள்.

பிறந்தநாள்,
பண்டிகைக்குப் பின்
பள்ளி திறந்தநாள் என
வெளுப்பு பழுப்புக்கும் உண்டு
விடுமுறைகள்.

ஆளுக்கு 5 ரூபாய்
கட்டணத்தில்
அன்று
புகைப்படம் எடுத்தார்கள்.

அழுது அடம்பிடித்து
புதிய சட்டை போட்டு
மையும் பவுடரும்
மணக்க மணக்கப் பூசி

வண்ண வண்ணமாகப்
போனோம் நாங்கள்
அதே வெளுப்பு பழுப்பில் வந்தன
புகைப்படங்கள்!

மையல் மகன்

கழுத்து வாசம் காட்டும்
குருத்து வளையும்.

நெறிக்கும் கால்கள் மலையேற
நெஞ்சம் பதைக்கும்...

கருத்த விழி
உதிர்க்கும் துளி
ஒவ்வொன்றும் உயிர் சுடும்.

காதல் சதை பிடித்து
கையில் அழும்.

மீண்டும் மீண்டும் கொஞ்ச
மையல் எழும்.

உன்னால் நான்...

யானை கேட்கிறாய் நீ
யானை ஆகிறேன் நான்...

பானை கேட்கிறாய் நீ
மூச்சைப் பிடிக்கிறேன் நான்...

முகத்தை மறைக்கிறாய் நீ
தொலைந்து போகிறேன் நான்...

உறங்கிப் போகிறாய் நீ
ரசிகன் ஆகிறேன் நான்...

முத்தம் மறுக்கிறாய் நீ
பாதி ஆகிறேன் நான்...

அப்பா என்கிறாய் நீ
முழுமை அடைகிறேன் நான்...

வாழ்த்து!

□

குடும்ப நண்பரின் இரட்டைக் குழந்தைகளுக்காக
எழுதிய வாழ்த்துக் கவிதை

□

காதைப் பிடித்து
இழுத்துப் பேசும்
மழலை மொழியின் அருவி...

கடவுள்
அடுத்தடுத்து அச்சடித்த
இரட்டைவால் குருவி!.

மருந்தைக்கூட
கேட்டு வாங்கிக்
குடிக்கும் வாழைக் குருத்து.

மழலை மொழியில்
போட்டு வாங்கி
நடிக்கும் உதடு கடித்து.

அடுக்கி வைத்தும்
கவிழ்த்து வைத்தும்
ஏறி சறுக்கும் ஆட்டம்.

இறைப்பதை யார்
பார்த்தாலும்
எடுப்பதொரு ஓட்டம்.

இடுப்பு வளைத்து
ஆடும் பூவைத்
தூங்கவைக்கும் வேலை...

இடுப்பு ஒடிந்து
நுரைதள்ளி
பின்பே விடியும் காலை.

தூக்கச் சொல்லி
ஆட்டச் சொல்லி
இருவர் கெஞ்சும் பாவம்...

இரண்டுபேரும்
ஒன்று சேர்ந்தால்
சிக்கியவர் பாவம்!

காலணிகள்
மாற்றிப்போட்டு
நடப்பதும் ஓர் அழகு

இவர்கள்
விரல்பிடித்து நடப்பதற்கு
காற்றே நீ பழகு!.

காரம்பட்ட
உதட்டில் சுரக்கும்
நீர்கூட அமுதம்...

வண்டினங்கள்
மொய்க்கும் மழலை
வாய்பட்ட சாதம்!

இடவலத்தை
மாற்றாத
கண்ணாடி கொண்டு

இறைவன் செய்து
அனுப்பிவைத்த
வானவில்லின் துண்டு.

பிறப்பினிலே வேறுபட்ட
மனிதர்
பலர் உண்டு.

பிறப்பு முதல்
ஒன்றுபட்டாய்
வாழ்வாய் நீ நன்று!.

பிறந்து வந்தாய்...
தவழ்ந்து வந்தாய்...
நடந்து வந்தாய் – மெல்ல...

நீ
ஓடிவரும் பொழுதில் வாழ்வு
காத்திருக்கும் வெல்ல!.

காதல்

காதல் குறித்த கவிதைகள்.

சொர்க்கத்தில் இருந்து வரும் மழைத்துளி

எல்லா நாளையும் போல
உன் அழைப்போடு விடிகிறது
அன்றைய மழை நாள்.

எல்லா பொழுதையும் போல
உன் சண்டையோடு தொடங்குகிறது
அந்தப் பொழுது.

எல்லா சண்டையையும் போல
இந்தச் சண்டையிலும்
என்னை நெருங்குகிறாய்
நீ!

திடீரென,
நம் இதழ்களுக்கு
இடையே உள்ள
இடைவெளியைத்
துளைத்து விழுகிறது
ஒரு மழைத்துளி.

அந்த
துளிநீர் ஆறு
நொடியில் கடந்த
ஒரு கரை
உன் உதடு
மறு கரை
என் உதடு.

சிதறலைப்
பத்திரப்படுத்திக் கொண்டு
மௌனமாகிறது
உன் பருத்தி ஆடை
உன்னைப் போல,

தாகத்திற்குத் தப்பிய
மழைத்துளி
பசியைத் தூண்டுகிறது.

ஒரு துளி நீரில்
இரு உயிர்கள்
வெடவெடக்கின்றன்.

இதயத்தின் சத்தங்கள்
நெடுநேரம் மேற்கொண்ட
பேச்சு வார்த்தையின் முடிவில்
வேண்டாத இடைவெளி
நிரப்பப்படுகிறது.

அறிவியலைத் தாண்டி
அறிவு ஒப்புக் கொள்கிறது.
"மழை
சொர்க்கத்திலிருந்துதான் வருகிறது".

காதல்பேசி...

குறுஞ்செய்திகளே பிரதான தொலைத் தொடர்பாக இருந்த காலகட்டத்தில் எழுதப்பட்டு ஆனந்த விகடனில் வெளியான கவிதை

"தொட்டால் சிணுங்கிக்கு..."
என எழுதி
கைப்பேசியைப் பரிசளித்தாய்.
அதுவோ
உன்னைப் போல
நான் தொடுவதற்காகவே
சிணுங்குகிறது!.

பொய் பேசும்போது
நாக்கைக்
கடித்துக் கொள்பவன்
ஆகையால்
குறுஞ்செய்தியிலேயே
சொல்கிறேன்.
'நாம் நல்ல நண்பர்கள்'

'உன்னை
ரொம்பவும் பிடிக்கும்'
என்று
குறுஞ்செய்தி அனுப்பினாய்.

உண்மையில்
அதைவிடப் பெரிய செய்தி
எனக்கு வேறொன்றும் இல்லை.

நீ அனுப்பிய
ஒரே ஒரு
குறுஞ்செய்தியிலேயே
உலக அதிசயமாகத்
தேர்ந்தெடுக்கப்பட்டது
நம் காதல்.

'வண்டி ஓட்டும்போது
கைப்பேசியை
வெளியே எடுக்காதே..'
என்றாய்.
நெடுநாட்களாக
வெளியே எடுக்காமல்
இருக்கிறேன்
வண்டியை!.

உன்
குரலுக்காகக் காத்திருக்கும்
நொடிகளில்
எனக்குப் பிடித்த
பாடல்களை எல்லாம்
வெறுக்கடித்து விடுகிறாய்.
பாடகிகள் பிழைத்துப் போகட்டும்
தயவு செய்து
உன் குரலையே
டயலர் டோனாக
வைத்து விடேன்.

நேற்று
என் கனவில்
சொர்க்கத்தின் வாசல்
வந்தது.
உள்ளே போகாமலேயே
வந்துவிட்டேன்.
டவர்
கிடைக்குமோ இல்லையோ
என்று!.

பட்டாளத்து தாத்தாவின்
தந்தியை எதிர்பார்த்து
பயந்த நாட்களை
பாட்டி
நினைவுகூரும் போதெல்லாம்
ஒப்பிட்டுப் பார்க்கிறேன்
நாம்
சண்டையிட்ட நாட்களில்
சமாதானம் அனுப்பிக்
காத்திருந்த
நொடிகளை.

என் இதயம்
இறுக்கத்தில் வலிக்கிறது.
தயவு செய்து
அணைக்காதே
உன்
கைப்பேசியை.

மூன்று காதல்கள்

உணர்ச்சிகள்
இசைக்கத் தொடங்கும்போது
அரும்புகிறது ஒரு காதல்.

தொடுதலுக்கு
விரல்நீட்டி அலைந்து...
முத்தங்களுக்கு
இதழ்தான் இடமென
முடிவெய்தும் காதலில்
கற்பனை உலகம் ஒன்று
காதல் பரிசாக வடிவெய்துகிறது.

உணர்ச்சிகள்
உறங்கத் தொடங்கும்போது
கிளைக்கிறது ஒரு காதல்.

தொடுதல்கள் அற்பமென்றும்
முத்தங்கள் அன்பு என்றும்
மாற்றி உணர்கிற அந்தக் காதலில்
மீண்டும் மறு உருவாக்கம்
செய்யப்படுகிறது உலகம்.

உணர்ச்சிகள்
இரைச்சலிடும்போது
பீறியெழுகிறது ஒரு காதல்.

காதலின் கடைநிலைக்கு
காதல் என்ற பெயர்
பொருந்தாத நிலையில்
காமமாகவே நிற்கிறது அது.
தொடுதல்கள் தசை துளைக்க
முத்தங்கள் மூச்சு முட்ட
காதல் உலகில் காமத்தின்
இருண்டகாலம் கவிகிறது.

மூன்று உலகங்களில்
மூன்று காதல்கள்.
மெய் உலகின் நாட்களிலோ அவை
உயிர்த்து மட்டும் அடங்குகின்றன
ஒவ்வொன்றாய்

சாபத்தின் சாபம்

சில சாபங்களுக்கு
ஏங்கிச் சாகிறது மனம்.

விரும்பி ஏற்ற சாபங்கள்
வரங்களுக்கு நிகரானவை.
விரும்பாத வரங்கள் சாபங்களின்
சாயல் கொண்டவை.

விரும்பாத வரமே
சாபம் என்கையில்,
விரும்பாத சாபம்
பெருஞ்சாபம்.

விரும்பிக் கிடைக்காத சாபம்
வேறொருவருக்குக் கிடைக்கையில்
அது இருவருக்கும் சாபம்.
அது சாபத்தின் சாபம்.

விரும்பிய சாபம்
ஒருபோதும் கிடைப்பதில்லை
என்பதுதான்
நான் வாங்கிவந்ததில்
பெருஞ்சாபம்.

விரும்பாத சாபத்துக்கு
விமோசனங்கள் இருக்கிறதாம்,
சரி விரும்பாத வரத்துக்கு?
அதுதான் வரம் வாங்கிவந்த வரம்.

சாபங்களோடே
சமரசம் கொள்ளும் வாழ்வில்
தேவைப்படாமலேயே போகிறது
தவம்,
வேண்டப்படாமலேயே போகிறது
வரம்.
தவம் என்னும் சாபத்தின்
விடுதலை என்பதைத்தவிர
வேறொன்றும் இல்லையோ வரம்?

மவுனம் பார்த்தல்

நமது
மவுனத்தின் இடைவெளியில்...
அவிழ்கிறது
ஒரு மலர்.
பறக்கிறது
ஒரு பறவை.
கடக்கிறது
ஒரு காற்று.
கடப்பதாய்
உணரப்படுகிறது காலம்.

அணிவகுக்கும் வார்த்தைகளுக்குத்
தடை போட்டு,
விம்முகிறது தொண்டை.
வெடிக்கத் தயாராகிறது
கண்கள்.
வேடிக்கை பார்க்கிறது
வெட்கம்.

மவுனம் உடைத்து வந்த
முதல் கண்ணீர்த் துளிக்கு
உரிமை கோரித் தோற்கின்றன
நான்கு கண்கள்.
ஒற்றித் துடைக்கின்றன
இதழ்கள்.
நிகழ்காலம் திரும்புகிறது
காலம்.

மலரும் பறவையும் காற்றும்
மீண்டும்
காத்திருக்கத் தொடங்குகின்றன
இன்னொரு காதலுக்காக
அந்தக் கடற்கரையில்.

இருக்கிறேன் நான்

இடைவருடும்
காற்றில்
என் கை.

உதடு கடிக்கும்
பொழுதுகளில்
என் முத்தம்.

கழுத்து உறுத்தும்
சங்கிலியில்
என் கேசம்.

காது உரசும்
முடியில்
என் கை நகம்.

உணர்கிறாயா நீ?
சரி, அப்போது
உயிரோடுதான் இருக்கிறேன்
நான்.

ஒருநாள் பேசுவோம்...

உனக்காகக் காத்திருக்க
ஒருபோதும்
இருந்ததில்லை நேரம்.

நமக்கே நமக்காகக்
கிடைத்ததில்லை
தனிமை.

நாம் பேசிக் கொண்டே இருக்கிறோம்
பிறரிடம்.

சொல்ல நினைக்கவில்லை
எதையும்.
சொல்ல மீதமில்லை
எதுவும்.

நாமும் ஒருநாள் பேசுவோம்.
இந்த இதயங்களின்
பேரிரைச்சல் ஓயும் போது...

எனக்கு நான் யார்?

எனது இதயத்தில்
உனது அறைகள்.

எனது கவிதையில்
உனது சொற்கள்.

எனக்கு வீடென்பது
நீ வசிக்கும் நிலம்.

உனக்கு நான் என்பது
எல்லாம்...

எனக்கு நான் யார்?
நீ
விழுங்க மறந்த மிச்சம்.

இன்பம்

தரை துடிக்கும்
மீனென
நீ மேலே...
கடல் நானே.

உடல் சுரக்கும்
மழையென நம்
வியர்வை.
பயிர் காதல்.

அணில் கடித்த
பழமென
உன் தேகம்.
அணில் நான்தான்.

உயிர் உறியும்
தீயென
நம் காமம்
கனல் பிள்ளை.

அன்பும் அறனும்...

என் காதல்
எதிர்பார்த்து
வந்ததில்லை
உன் காதல்.

எனக்காக
விடுப்பேதும்
விட்டதில்லை
உன் கோபம்.

நான் சொல்லி
ஒருபோதும்
கேட்டதேயில்லை
நீ...

நான் சொன்னால்
நீ கேட்கச்
சொன்னதேயில்லை
நான்...

ஆமாம்,
நாம் காதலிக்கிறோம்.
உன் அன்பை நானும்...
என் அறத்தை நீயும்...

வலிகள் எனும் வாயில்கள்

உனது வலிகளின் நொடிகளில்
வெளிவரும் சிறுமிக்கு
ஆறுதல் ஏதும் இல்லை
என்னிடம்.

அவளிடம் பேச
அனுப்பி வைக்கிறேன்
என்னுள் இருக்கும்
சிறுவனை.

அவர்கள் இருவருக்கும்
பேசிக் கொள்ளத்
தெரியவில்லை.
ஆனால்,
பேச்சும்
தேவையாகத்
தெரியவில்லை.

அணைத்துக் கொள்கிறார்கள்.
தோளில் விழும்
கண்ணீர் சூட்டைத்
துடைத்துக் கொள்கிறார்கள்.

வலிகளின் நெருப்பில்
அன்பு ஒளியூட்டப்பட
காமமில்லா அன்புக்கு
வாயிலாகின்றது அந்த வலி.

நீ தெளிவாகிறாய்.
அந்தச் சிறுமி விடைபெறுகிறாள்.
இந்தச் சிறுவன்
வாலிபம் திரும்புகிறான்
வேறுவழியின்றி...

வீடு

உன் அன்பின்
கண்ணாடி நான்...

என் கண்ணாடியின்
எதிரொளி நீ...

உன் எதிரொளியின்
ஒளி நான்...

என் ஒளியின்
தூண்டுகோல் நீ...

ஒற்றை பிம்பத்தின்
பாகங்கள் நாம்...

இருளைப் பேசாதே...
அது வரும்போது
இருக்கப் போவதில்லை
நீயும் நானும்...

என் காதலியைக் காதலிக்கட்டும்

எனக்கே தெரியாத என்னை
ஏற்றுக் கொண்ட
பேரன்பே...

எனது கவிதைகள்
புரியாமலேயே
போகலாம் உனக்கு.

ஆனாலும் அவற்றை
நீ படிக்கத் தருவேன்.

எனக்குப் பிறகு உன்னைக்
காதலிக்கட்டும்
என் சொற்கள்.

உழைத்தவர்கள்

மக்களுக்காக உழைத்தவர்கள் குறித்த கவிதைகள்.

நன்னெறியில் காமராசர்

2008ஆம் ஆண்டில் கல்லூரிகளுக்கு இடையிலான கவியரங்கிற்காக எழுதப்பட்ட கவிதை. பின்னர் இளையவன், பொதிகை மின்னல் ஆகிய சிற்றிதழ்கள் இந்தக் கவிதையை வெளியிட்டன

இந்தியப் பிரதமர்கள்
அரியாசனம் ஏற
நீதானே ஏணி..!
அரசுத் திட்டத்தை
அரிசன சேரிக்கு
கொண்டு சேர்த்த தோணி!.

எல்லோரும் துரத்திப் பிடித்து
விளையாடிய
பதவிப் பந்தை
தூக்கி எறிந்து விளையாடிய
ஒரே ஆட்டக்காரன் நீ..!.

ஆலங்கட்டிகளை
அரசாளச் சொன்ன
துருவப்பாறை நீ!.

நீ தேர்தலில் நின்ற போதுதான்
தமிழர்கள்
உண்மையாகவே
உலக அதிசயத்திற்கு
ஓட்டு போட்டார்கள்.

உன் ஆட்சியில்தான்
ஏட்டுச்சுரை கறியானது.
திருவோடு பிடித்தவர்கள்
தமிழோடு படித்தார்கள்.
உழுத கால்களும்
எழுது கோல்களும்
உறவு கொண்டாடின.

எளியோனே..!
தமிழ்நாட்டுக்கே
சுகாதாரத்தில்
சுடரேற்றிய உன்வீட்டில்
கழிப்பிடம் கட்டவில்லை
காரணம்
வசதியில்லை!

ஊருக்குச் சோறிட்டவனே
உன் சட்டை
கஞ்சியின் வாசம்கூட
அறிந்ததில்லை.

அணைகள் பல கட்டியோனின் தாய்
தெருமுனையில் நீர் பிடித்தாள்.
அவள் மகனுக்குச் சூட்டியபெயர்
காமாட்சி!
அவன் ஆட்சிதான்
தமிழகத்தின்
நல்லாட்சி!

கர்மவீரனே...
திருமணத்தை முதலில்,
வெள்ளையன் நீங்கும்வரை
தள்ளிப் போட்டாய்.
பின் நம்நாடு
கொள்ளையர் வசமாதல்
கூடாதென
நிரந்தரமாக ஒரு
தாளே போட்டாய்.

நீ செய்யாத திருமணத்தால்
அன்று உன் தாய்க்குப்
பேரன் இல்லை.
நல்ல வேளை நீ பிறந்தாய்
இன்றேல்
தமிழ்த் தாய்க்குப்
பெயரே இல்லை.

உன்னிடம்,
சட்டம் ஒழுங்கையே மாற்றிட
பல திட்டம் இருந்தது.
ஆனால்,
சட்டை கிழிந்தால் மாற்ற
வேறு சட்டைதான் இல்லை.

மேகம்கூட
துளிநீரை
மீதம் கொள்ளும்.
பாலைகூட
சோலை ஒன்றை
மறைத்து வைக்கும்.

அன்பின் ஊதாரியே...
சல்லடைகூட கசடையாவது
சேமிக்கும்.
கதரைத் தவிர
வேறெதையும்
சேமித்தறியாதவன் நீ!

பூக்களின் நந்தவனத்தின்
புழுதி மண்ணே...

உன்னை
காந்தியின் வாரிசு என்று
எப்படி ஒத்துக் கொள்வது?
காந்தியின் கடிகாரத்திற்கே
உன்
முழுச் சொத்தும்
விலைகாணாதே...

உன்னை
நேருவின் தோழன் என்று
எப்படி நம்புவது?
நேருவின் தோள் துண்டல்லவா
உன் ஆடைத்துணி!

உண்மையைச் சொல்லப்போனால்
நீ
கர்ணனின் வாரிசு
குமணனின் தோழன்!

கொடுத்துச் சிவந்த
கை கொண்டோரெல்லாம்
இங்கே வள்ளலாம்...
அப்படியென்றால்,
ஏழைக்காக
எரிநெருப்பிலும்
காசெடுத்துக்
கருத்த கையின்
காமராசே நீ..?

முல்லைக்குத் தேர் கொடுத்த
பாரியெல்லாம் ஓர் வள்ளலென்றால்...
பிள்ளைக்குச் சோறு கொடுத்த நீ?

தமிழனுக்கு
கரும்பை நம்பி
அடுப்பெரிக்கக்
கற்றுக் கொடுத்தவனே...

காசைக் கரியாக்கும்
தேசத் தலைவர்கள் மத்தியிலே,
'நெய்வேலித் திட்டம்' போட்டு
கரியைக் காசாக்கிய
காவிய நாயகனே...

உன்னைப் பற்றி
ஒரே கவிதைக்குள்
எப்படி எழுத?

கடலின் வரலாற்றை
துளி மையில்
எப்படி எழுதி முடிப்பது?

சுருங்கச் சொன்னால்...
உறியில் வைத்த பொருள்
எட்டாது உன் உயரம்.
நன்னெறியில் எமக்கென்றும்
வழிகாட்டும் இமயம்.
அவர்தான் காமராசர்!

பெருங்கவி பாரதி

பாரதியார் நினைவு தினத்தில், நினைவிடத்தில் அவருக்கு மட்டும் வாசித்துக் காட்டிய கவிதை.

தேசத்தின் பெருங்கவி
பாரதியே நீ...

பாஞ்சாலிக்குத்
தமிழ் கற்றுக் கொடுத்தாய்.
குயிலைத்
தமிழ்பாட வைத்தாய்.
காற்றுடன் பேசினாய்...
கம்பனோடு போட்டியிட்டாய்...
கண்ணனைச் சட்டை தைத்து
காக்கைக்குப் போட்டாய்!

இருட்டைக்கூட
உன் பாடலிலே
வெளிச்சத்துக்குக்
கொண்டு வந்தாய்.

தமிழ்த் தாயின் நரைமுடிக்கு
கருப்பைக் கக்கிய உன் பேனா
கயமை கண்ட போதெல்லாம்
நெருப்பைக் கக்கியது.

தமிழ் ஏட்டிலே
நீ அறிமுகப்படுத்திய
கேலிச் சித்திரங்கள்
தமிழ் நாட்டிலே
நடந்த
கேலிச் சித்திரங்களை
நகைத்தது.

அழிவற்ற உன்
கருத்துகளில்,

வெட்டியாய்
புறம் பேசிக் கொண்டு இருந்தவர்களை
வெடிப்புறப் பேசச் சொன்னாய்.

தமிழர்கள்
ஓலமிடும் முன்பே
கடலில்
பாலமிடச் சொன்னாய்.

ஆயிரம் பட்டாலும்
பண்படாத
அடித்தட்டு மக்களுக்கு

ஒன்றுபட்டால் உண்டு வாழ்வு - என
அடிப்படைத் தமிழிலேயே
வகுப்பெடுத்தாய்.

குறைமதியனோடு வாழ்வதினும்
முகமதியனோடு வாழ்வதே சிறந்ததென
பெற்ற மகளிடமும்
உற்ற கொள்கை
பிறழாமல் பேசினாய்.

அலெக்ஸாண்டர்
உலகெங்கும் படையெடுத்து
ஆறடி நிலம் வென்றான்.
நீயோ...
காணி நிலம் மேல் படையெடுத்து
உலகமெங்கும் வென்றாய்.

காரணம்
அவனிடம் இருந்ததெல்லாம்
பணம், பலம், சேனை...
நீ கைக் கொண்டதோ
நல்லதோர் வீணை!.

காக்கையின் அழகையும்
கழுதையின் நன்றியையும்
காளியின் அன்பையும்
கண்டறிந்த
எந்தமிழின் டெஸ்லா நீ!.

எட்டயபுரத்தின்
சுண்டைக்காய் வியாபாரியே...

உனக்கு இதயங்களை வாங்கத் தெரிந்திருந்தது.
ஆனால்,
எழுத்துகளை விற்கத் தெரியவில்லை.

நீ இன்பம் கண்டதெல்லாம்
அக உலகில்...
அப்போது
என்னதான் நடந்தது
இவ்வுலகில்?.

எந்தப் பூவாவது
புயல் காற்றிலே மணக்க முடியுமா?
ஒரு அனிச்சம் பூ
இந்தப் புயலையே மணந்தது!.

அவள் பாவம்
எளிய மகள்...

நீ - உலகின்
இன்பங்களை
எண்ணிக் கொண்டிருந்தபோது
அவளோ
கூரையின் இடுக்குகளை
எண்ணிக் கொண்டிருந்தாள்.

நெருப்பினிலே கைவிட்டு
நீ
கண்ணனைத் தேடியபோது,
செல்லம்மாவோ - பானைப்
பருப்பினிலே கைவிட்டு
காசைத் தேடிக் கொண்டிருந்தாள்!

நீ
முண்டாசோடு கற்பகத்தின்
வரங்கேட்கச் சென்றாய்.
அவளோ,
முக்காடோடு கடைகளிலே
கடன் கேட்டு நின்றாள்!.

அறிவார்ந்த உன் ஊராரோ
உன் புகழ்
எட்டுத்திக்கும்
எட்டிய பின்னர்தான்
'எட்டு' என்று எண்ணியே கற்றார்கள்.

வெந்நீர் கூட
தீயை அணைப்பது போல
ஒருநாள் காலம்
உன்னையும்
அணைத்தது.

அலை துள்ளும்
கடல் மூடா சூரியன் - சிறு
அல்லிக் கிணற்றிலே மறைந்த
மாயமது.

வீரப் பலகாரம்
கேட்ட வாயே..! - தமிழ்
வீரியம் பலகாலம் வாழ்விக்கவே
வந்தாயோ? - உன்
அகவையையும்
அருந்தமிழுக்கே
தந்தாயோ...

கவியால் அழிவற்றோனே...

காக்கை குருவி உன்சாதி...
கண்ணம்மா கவிதைப் பெண்சாதி...
புதுக்கவிதைக்கெல்லாம்
பாரதி - ஆதி.
அத்தனையும் அழிக்க வல்லதோ
காலசோதி?

பாய்ந்துவந்த
செந்தமிழ்த் தேன்
காது தாண்டி வழிந்திடாமல்
சிந்தாமல் சிதறிடாமல்
தலைப்பாகை அணைகட்டி - அப்போதும்
வாயின் வழி தமிழ் கொட்ட
கர்வமுற்ற பாரதியே...
உன் மை வாழும்...
உண்மை வாழும்.

கவித்துளிகள்
குறுங் கவிதைகள்.

பூமியின் கிரகணங்களுக்குப்
பெயர் வைத்தோம்.
சூரிய கிரகணம், சந்திர கிரகணம்.

இழுத்துக் கொண்டிருக்கும் தாத்தா
எப்படி இருக்கிறார்?
சனிக்கிழமை தோறும்
விசாரிப்புகள்.

பூ வாங்கி வராத
கணவனுக்குப் பிடிக்கும்
மனைவியின் கூந்தல் வாசம்.

ஆமாம், அவர் இறந்துவிட்டார்.
சொல்லுங்கள்
அவர் மறுக்கப்போவதில்லை.

எல்லா ஒழுக்கவாதிகளின்
கதைகளும் முடிகின்றன
ஏக்கங்களோடு.

வாசலில் மட்டும்
கட்டிப்போட்ட நாய்.
வீட்டுப் பிராணி.

அந்த கடிகாரம் ஓடவில்லை.
ஐந்து நிமிடம் கழித்துப் போகலாம்
மின்கலன் வாங்க.

லெக்கின்ஸ் பெண்ணுக்கு
முறைப்போடு திருநீறு.
சட்டை போடாத குருக்கள்.

வாசனைப் பாக்கில்லை
கொட்டைப்பாக்கு.
வாயில்போடு காதலியே...

வேதம் ஓதியது சாத்தான்.
அதன் மொழியில்தான் இருந்தது
வேதம்.

விழுந்து உடைந்தது புத்தன் சிலை.
மேசையே
துன்பத்துக்குக் காரணம்.

வசிக்காத வீடு சொந்தவீடு.
வசிக்கும் வீடு
வாடகை வீடு.

என் மவுனங்களை
நீ
புரிந்து கொண்டிருக்கலாம்.
கவிதை மிச்சம்.